ભારતના મહાપુરુષ

ગુરુદેવ રવીન્દ્રનાથ ટાગોર

સિમરન

ગુજરાત પુસ્તકાલય સ. સ. મંડળ લિ.
૧૧, ઈલોરા કોમર્શીયલ સેન્ટર, પહેલો માળ, રીલીફ સીનેમા પાછળ.
સલાપસ રોડ, અમદાવાદ–૩૮૦ ૦૦૧
ફોન : ૨૫૫૦ ૬૯૭૩

ડાયમંડ બુક્સ

ISBN : 978-81-288-3861-3

પ્રકાશક : ડાયમંડ પોકેટ બુક્સ (પ્રા.) લિ.
X-30, ઓખલા ઇંડસ્ટ્રિયલ એરિયા, ફેઝ-II,
નવી દિલ્હી-110020

ફોન : 011-40712100

ઇ-મેઇલ : sales@dpb.in

વેબસાઈટ : www.diamondbook.in

સંસ્કરણ : 2025

સમ્પાદક : એમ.આઈ. રાજસ્વી

મુદ્રક : આદર્શ પ્રિન્ટર્સ, શાહદરા, દિલ્હી - ૩૨

Gurudev Ravindarnath Tagor

By : Simran

વિષય સૂચી

પરિચય

ગુરુદેવના નામથી ઓળખાતા રવીન્દ્રનાથ ટાગોર એક બંગાળી બહુપ્રતિભાશાળી વ્યક્તિત્વ હતા. તેઓ એક પ્રસિદ્ધ કવિ, કલાકાર, નાટકકાર, ઉપન્યાસકાર, રાષ્ટ્રવાદી શિક્ષાવિદ્, સમાજ-સુધારક તેમજ સંગીતજ્ઞ હતા. એમના બધા કાર્યોને વિશેષ રૂપથી આવકારવામાં આવ્યા.

એમણે ઓગણીસમી સદીના અંત તેમજ વીસમી સદીના પ્રારંભિક સમયમાં બંગાળી સંગીત તેમજ સાહિત્ય પર ક્રાંતિકારી પ્રભાવ નાખ્યો. ૮૧ વર્ષના જીવનગાળામાંથી રવીન્દ્રનાથે ૬૮ વર્ષ સાહિત્યિક સર્જનને સમર્પિત કરી દીધા. એમણે અનેક ઉલ્લેખનીય કવિતાઓ પણ રચી.

વર્ષ ૧૯૧૩માં, એમને 'ગીતાંજલિ' માટે નોબેલ પુરસ્કારથી સન્માનિત કરવામાં આવ્યા. આ રીતે તેઓ એશિયાના પ્રથમ સાહિત્યિક નોબેલ પુરસ્કાર વિજેતા બન્યાં.

એમણે વિશ્વભારતી વિશ્વવિદ્યાલયની સ્થાપના કરી. આ વિશ્વવિદ્યાલયે સંસ્કૃતિઓની અનેકતામાં એકતાનું ઉદાહરણ પ્રસ્તુત કર્યું. અહીંયા અમે બાળકોને એ મહાન વ્યક્તિત્વના જીવનની ઝાંખી બતાવવા ઈચ્છીએ છીએ, જેથી તેઓ જાણી શકે કે ટાગોરનું દેશ પ્રત્યે શું યોગદાન રહ્યું. અહીંયા ગુરુદેવના જીવનની મહત્ત્વપૂર્ણ ઘટનાઓ ખૂબ જ રોચકતાથી પ્રસ્તુત કરવામાં આવી છે, જેથી વાચકોની રુચિ જળવાઈ રહે.

ગુરુદેવના નામથી લોકપ્રિય રવીન્દ્રનાથ ટાગોર એક બહુઆયામી તેમજ પ્રતિભાશાળી વ્યક્તિ હતા. એમણે પોતાની સાહિત્યિક કૃતિઓ તેમજ રાષ્ટ્રગાનના માધ્યમથી ભારતના સ્વતંત્રતા આંદોલનમાં પોતાનું યોગદાન આપ્યું.

એમણે દેશ-વિદેશમાં સાંસ્કૃતિક એકતા તેમજ ભારતના ગૌરવના ગુણગાન કર્યા. એમનું પૂરું જીવન સાહિત્યિક કૃતિઓના લેખન, વિશ્વભારતી શાંતિ નિકેતનની સ્થાપના તેમજ સ્વતંત્રતા, પ્રેમ તથા શાંતિ સંદેશના પ્રચારમાં સમર્પિત રહ્યું. ગુરુદેવ ભ્રાતૃત્વ ભાવ પ્રોત્સાહિત કરતા હતા. એમણે વિશ્વ યાત્રાઓ દરમિયાન શાંતિ તેમજ પ્રેમનો સંદેશ આપ્યો.

રવીન્દ્રનાથ ટાગોરનો જન્મ

૭ મે, ૧૮૬૧એ બંગાળી બ્રાહ્મણ દેવેન્દ્રનાથ ટાગોરના પરિવારમાં એક બાળકનો જન્મ થયો. આ બાળકનું નામ રાખવામાં આવ્યું રવીન્દ્રનાથ.

રવીન્દ્રનાથની માતાનું શારદા દેવી હતું. રવીન્દ્ર એમની તેરમી સંતાન હતા. માતા-પિતા પોતાના બાળકને જોઈને ખુશીથી નાચી ઉઠ્યાં. દેવેન્દ્રનાથ ઇચ્છતા હતા કે તેઓ પોતાની બાકી સંતાનોની જેમ આ બાળકોને પણ સારી શિક્ષા તેમજ નૈતિક મૂલ્ય આપે.

દેવેન્દ્રનાથની સંતાનો ખૂબ પ્રતિભાશાળી હતી. એમણે અનુમાન લગાવ્યું કે રવીન્દ્રનાથ પણ આવા જ એક વ્યક્તિત્વ થશે. આથી તેઓ ખૂબ ધ્યાનથી એમનું પાલન-પોષણ કરવા લાગ્યા.

રવીન્દ્રનાથનું બાળપણ

રવીન્દ્રનાથ પ્રતિભાશાળી બાળક હતા. તેઓ પોતાના આયુવર્ગના બાળકોથી અલગ રુચિઓ રાખતા હતા. એમને

પુસ્તક વાંચવા પસંદ હતા અને તેઓ અલ્પાયુથી જ લખવા લાગ્યા હતા. એમણે આઠ વર્ષની ઉંમરમાં પ્રથમ કવિતા લખી.

પિતા દેવેન્દ્રનાથ પુત્રની પ્રતિભાને જોઈ દંગ રહી ગયા. એમણે પોતાની પત્નીથી કહ્યું, ''શારદા! આપણા પુત્રને જુઓ. આ કેટલો પ્રતિભાશાળી છે. આની લખેલી કવિતા વાંચો.''

માતા શારદાએ કહ્યું, ''ખરેખર! આ ખૂબ જ પ્રતિભાશાળી છે.''

''મેં તો તને પહેલેથી જ કહ્યું હતું કે આપણો આ બાળક અદ્ભુત છે.'' દેવેન્દ્રનાથ બોલ્યા.

''જી! તમે પુત્ર રવીન્દ્રને ઉત્તમ રીતથી સમજ્યો છે.'' શારદાએ કહ્યું.

રવીન્દ્રનાથને પિતાના પુસ્તકાલયથી અત્યંત લગાવ હતો. તેઓ પુસ્તકાલયની પુસ્તકો મનથી વાંચતા હતા. એમનો મોટાભાગનો સમય મહાન વ્યક્તિઓની જીવનકથાઓ, કવિતાઓ, ખગોળ વિદ્યા તેમજ વિજ્ઞાનની પુસ્તકો વાંચવામાં જ વીતતો હતો.

આ જ ગતિવિધિઓ અલ્પાયુમાં જ એમના અદ્ભુત બૌદ્ધિક વિકાસમાં મદદરૂપ સાબિત થઈ.

રવીન્દ્રનાથનું ભારત ભ્રમણ

બાર વર્ષની ઉંમરમાં રવીન્દ્ર પિતાની સાથે ભારત ભ્રમણ પર નિકળ્યા. તેઓ બંને બોલપુરમાં પિતાની શાંતિ નિકેતનવાળી ભૂમિ પર આવ્યા. ત્યાંથી તેઓ હિમાલય, અમૃતસર તેમજ હિમાચલ પ્રદેશ વગેરે સ્થાનો પર ગયા. આ ભ્રમણ રવીન્દ્ર માટે એક નવો અનુભવ હતો. એમને પ્રકૃતિનો સાથ ખૂબ જ પસંદ આવ્યો.

દેવેન્દ્રનાથે ડલહૌજીમાં એક ઘર ખરીદ્યું. આ પરિવાર માટે ખૂબ મહત્ત્વનું હતું, કેમ કે એની આસપાસ સુંદરતા વિખેરાયેલી પડી હતી. આ યાત્રાએ રવીન્દ્રનાથનું જીવન જ બદલી નાખ્યું. તેઓ પિતાથી બોલ્યા, ‘‘બાબા! ભારત એક વિશાળ દેશ છે. આ કેટલો સુંદર તેમજ પ્રાકૃતિક સૌંદર્યથી ભરપૂર છે.’’

‘‘હા પુત્ર! પ્રકૃતિનો સાથ તારા વિકાસ માટે સારો છે, પરંતુ હું ઇચ્છું છું કે તું સ્કૂલના ભણતર તરફ ધ્યાન આપે.

એ પણ ખૂબ મહત્ત્વ રાખે છે.'' દેવેન્દ્રનાથે પુત્રને શાળાકીય શિક્ષાનું મહત્ત્વ સમજાવવાનો પ્રયત્ન કર્યો.

''બાબા! માને સ્કૂલનું ભણતર પસંદ નથી. હું તો ખગોળ વિદ્યા, સાહિત્ય તેમજ વિજ્ઞાન ભણવા ઇચ્છું છું. મારે સ્કૂલથી બહાર રહીને ભણવું છે.'' રવીન્દ્રનાથે જવાબ આપ્યો.

દેવેન્દ્રનાથ પુત્રની સ્કૂલ પ્રત્યે અરુચિથી ચિંતિત હતા. તેઓ ગંભીરતાપૂર્વક એના અભ્યાસની યોજના બનાવવા લાગ્યા.

બ્રિટનમાં ઉચ્ચ શિક્ષા

રવીન્દ્રનાથ અંગ્રેજી સાહિત્યના અભ્યાસમાં મોટાભાગનો સમય વિતાવતા. આ રીતે તેઓ અંગ્રેજીમાં પ્રવીણ થઈ ગયા. તેઓ ૧૮૭૮માં પોતાના ભાઈ સત્યેન્દ્રનાથની સાથે બ્રિટન ગયા. એ સમયે તેઓ સત્તર વર્ષના હતા. ભાઈની ઇચ્છા હતી કે રવીન્દ્ર ત્યાં ઉચ્ચ શિક્ષા ગ્રહણ કરે.

તે બોલ્યા, "હવે સમય આવી ગયો છે કે તું પોતાની ઉચ્ચ શિક્ષાને ગંભીરતાથી લે."

"જી ભાઈ! હું મારો અભ્યાસ ચાલૂ રાખીશ અને વકીલ બનીશ." રવીન્દ્રનાથે ઉત્સાહપૂર્વક કહ્યું.

એમને ઇંગ્લેન્ડના એક સ્કૂલમાં દાખલો મળી ગયો. થોડા સમય પછી એમને લંડનની એક વિશ્વવિદ્યાલયમાં મોકલવામાં આવ્યા. એમને એ વાતાવ઼રણ ખૂબ જ પસંદ આવ્યું. અહીંયા પ્રતિભાશાળી રવીન્દ્રએ કેટલીય ગતિવિધિઓમાં હાથ અજમાવ્યો.

એમણે વિચાર્યું, 'મને પશ્ચિમી સંગીત પસંદ છે. એને શીખવું જોઈએ.'

તેઓ પશ્ચિમી સંગીત શીખવા લાગ્યા. થોડા જ સમયમાં તેઓ ગીત તથા ધુનો પણ રચવા લાગ્યા.

ભારત પાછા ફરવું

રવીન્દ્ર પોતાના નવા વાતાવરણમાં રમી રહ્યાં હતા. ઘણું બધું નવું પણ શીખી રહ્યાં હતા. જીવનમાં અચાનક એક

વળાંક આવ્યો. પિતાએ એમને ૧૮૮૦માં પાછા બોલાવી લીધા. તેઓ પોતાના પુત્રની સાથે રહેવા ઇચ્છતા હતા.

રવીન્દ્રએ વિચાર્યું, 'પિતાજીને મારી જરૂર છે. મારે પાછા જવું જોઈએ.'

ભારત પાછા ફરવા પર રવીન્દ્રનો કાવ્ય-પ્રેમ જાગી ગયો. એમણે કેટલીય કવિતાઓ લખી. કવિતાઓ પ્રકાશિત થતાં જ તેઓ કલકત્તામાં ખૂબ જ લોકપ્રિય થઈ ગયા. એમણે વિચાર્યું, 'પઠન-પાઠન તેમજ લેખન માટે કેટલું બધું છે. હું પોતાના વિચારોને ભારતીયો તેમજ વિદેશીઓ સુધી પહોંચાડીશ.'

ટાગોર ગંભીર રૂપથી લેખનને સમય આપવા લાગ્યા.

ટાગોરના જીવનમાં દુઃખના પડછાયા

૧૮૮૪ એમની ભાભી કાદંબરી દેવી ચાલી ગયા. તેઓ એમના માટે માતા સમાન હતી. એમની માતાના મૃત્યુ પછી ભાભીએ જ એમને પોતાના પુત્રની જેમ પાલન કર્યું હતું. કાદંબરી દેવીના મૃત્યુથી એમનો એક અભિભાવક જતો રહ્યો.

કાદંબરી દેવી પ્રતિભાસમ્પન્ન મહિલા હતી. તેઓ હંમેશાં ટાગોરને લેખન માટે પ્રોત્સાહિત કરતી. ટાગોરે નક્કી કર્યું કે તેઓ પોતાનું થોડું લેખન એમના નામે સમર્પિત કરશે. એમણે પોતાની રચના 'ભાનુસિંહેર પંડાવલી' કાંદબરી દેવીને સમર્પિત કરી. કાદંબરી દેવીથી જ રવીન્દ્રને ચિત્રકળા શીખવાની પ્રેરણા પણ મળી હતી.

ટાગોરે પોતાની બીજી એક સુંદર કૃતિ 'શૈશવ રચના' પણ કાદંબરી દેવીના નામે કરી દીધી.

મૃણાલિની દેવીથી લગ્ન

૯ ડિસેમ્બર, ૧૮૮૩એ રવીન્દ્રનાથ ટાગોરના લગ્ન ભવતારિણી દેવીથી થયા. એમનું નામ બદલીને મૃણાલિની દેવી રાખવામાં આવ્યું. આ રવીન્દ્રનાથના જીવનનું પ્રસન્નતાદાયક ચરણ હતું. એમને ભવ્ય ભવનનો સૌથી સુંદર ભાગ રહેવા માટે આપવામાં આવ્યો.

લગ્ન પછી પણ લેખન પ્રત્યે એમના પ્રેમમાં કમી ના આવી. એમણે લગ્ન પછી 'પ્રભાત સંગીત', 'છવિયો

ગાન', 'ભાનુસિંહેર પંડાવલી' નામની સાહિત્યિક કૃતિઓ રચી. એમના કેટલાક શ્રેષ્ઠ નાટક જેમ કે 'નલિની' તેમજ 'પ્રાકૃતિક પ્રતિશોધ' આ જ દરમિયાન પ્રકાશિત થયા.

વાચકોએ એમની સાહિત્યિક રચનાઓને ખૂબ જ આવકારી. આ જ પ્રશંસાના બળ પર તેઓ સાહિત્યના સાગરમાં ઊંડા પેસીને અનમોલ મોતી લાવવા લાગ્યા.

જમીનદાર બાબૂની ભૂમિકા

૧૮૯૧માં રવીન્દ્રનાથના પિતાએ એમને જમીનદારીનો કાર્યભાર સોંપી દીધો. એમણે એને પણ બખૂબી નિભાવ્યો. તેઓ સિયાલદહમાં પારિવારિક જમીનોને સંભાળવા લાગ્યા. લોકો એમને માન આપતા તેમજ પ્રેમથી 'જમીનદાર બાબૂ' કહેતા હતા.

ટાગોરે પૂરી નિષ્ઠાથી જમીનદારની ભૂમિકા અદા કરી. તેઓ પોતાના પરિવારની ભૂમિની દેખ-રેખ કરતાં, લગાન એકત્રિત કરીને તેમજ ગ્રામીણોનો ભરપૂર પ્રેમ તેમજ આદર-સન્માન મેળવતા હતા. એમને એમના યોગદાન માટે ઓળખવામાં આવવા લાગ્યા.

એમના ઘરે બે પુત્રો તેમજ ત્રણ પુત્રીઓએ જન્મ લીધો.

અદ્‌ભુત સાહિત્યિક યોગદાન

ટાગોર ગામની સુંદરતા, ખેતરોમાં કામ કરતાં લોકો તેમજ સમૃદ્ધ બંગાળી જીવનશૈલીથી અત્યંત પ્રભાવિત થયા અને સાહિત્ય સર્જનની તરફ ઉન્મુખ થયા. તેઓ ગામની પરંપરાઓ અને લોકોની દૈનિક ગતિવિધિઓ વિશે લખતા હતા.

'મને લેખનથી પ્રસન્નતા તેમજ શાંતિ મળે છે. આ જ મારું જીવન છે.' તેઓ વિચારતા.

એમણે આ દરમિયાન કેટલીય શ્રેષ્ઠ રચનાઓ આપી. એમાં 'ગદ્ય ગલ્પ', 'ચિત્રાંગદા', 'સોનાર તરી' તેમજ 'ગલ્પ ગુચ્છ' ઉલ્લેખનીય છે.

'ગુરુદેવ'ના રૂપમાં

સિયાલદહમાં લગભગ દસ વર્ષ વિતાવ્યા પછી ટાગોર બદલાવ ઇચ્છતા હતા. તેઓ ખુદને એક સ્થાનથી બાંધીને રાખવા ઇચ્છતા ન હતા. એમણે ત્યાંથી જવાનો નિર્ણય લઈ લીધો. એમણે વિચાર્યું, 'એક જ સ્થાન પર રહેવાથી મારી રચનાત્મકતામાં બાધા આવી રહી છે.'

ADIM

ટાગોરના પરિવારે એમનો પૂરો સાથ આપ્યો.

૧૯૦૧માં ટાગોરનો પરિવાર બોલુર શાંતિ નિકેતન આવી ગયો. અહીં એમને વિદ્યાલય ખોલવાની પ્રેરણા મળી. આ એક પ્રયોગશીલ વિદ્યાલય હતી. આમાં એક પુસ્તકાલય તેમજ વિશાળ પ્રાર્થના કક્ષ હતો. મૃણાલિની દેવીએ મિશનમાં પતિનો સાથ આપ્યો.

વિદ્યાલયને 'બ્રહ્મચર્ય આશ્રમ'ના રૂપમાં સ્થાપિત કરવામા આવી. જે ફક્ત પાંચ વિદ્યાર્થીઓથી આરંભ થયો. બ્રહ્મ બાંધવ (ભવાની ચરણ ચેટર્જી) સ્કૂલના હેલાં વિદ્યાર્થીઓ તથા ટાગોરના પ્રશંસકોમાંથી હતા. એમણે જ બધાથી પહેલાં ટાગોરને 'ગુરુદેવ' કહીને બોલાવ્યા.

બ્રહ્મે કહ્યું, ''શ્રીમાન, તમે મારા આદર્શ છો! તમે જ મારા ગુરુદેવ છો.''

સ્કૂલમાં અનેક વિદ્યાર્થી તેમજ અધ્યાપક સામેલ થઈ ગયા. આ પૂરા અનુશાસનની સાથે ચલાવવામાં આવતી હતી. વિદ્યાર્થી બધા નિયમોનું કડક રીતે પાલન કરતા હતા.

ગુરુદેવ પર દુઃખોના વાદળ

ગુરુદેવનો આશ્રમ સારી રીતે ચાલી રહ્યો હતો, પરંતુ અચાનક દુઃખ અને ઉદાસીના વાદળોએ એમને ઘેરી લીધા. ૧૯૦૨માં લાંબી બીમારી પછી મૃણાલિની દેવી ચાલી ગયા. એમની ઉંમર અઠ્યાવીસ વર્ષ હતી. આ ગુરુદેવના જીવનમાં એક મોટો આઘાત હતો. તેઓ ખરાબ રીતે વિખેરાઈ ગયા.

તેઓ રોવા લાગ્યા, ‘‘પ્રિય! હું તારા વગર કેવી રીતે જીવિત રહીશ?’’

હવે એમના પર પાંચ બાળકોના પાલન-પોષણનો ભાર આવી પડ્યો. એમના માટે પોતાની પત્ની વગર જીવવું મુશ્કેલ હતું, જે સતત એમનો સહારો હતી.

હજુ મૃણાલિની દેવીના મૃત્યુનો શોક ઓછો પણ થયો ન હતો કે બીજું એક સંકટ આવી ગયું. ૧૯૦૩માં ગુરુદેવની એક પુત્રી યક્ષ્મા રોગથી ચાલી ગઈ.

૧૯૦૫માં ટાગોરના પિતાએ સંસારથી વિદાય લઈ લીધી. ટાગોર માટે આ દુઃખ અસહનીય હતું. તેઓ પોતાના પિતાથી ખૂબ જ લગાવ રાખતા હતા.

''પિતાજી! તમે પણ મને છોડી ગયા. મને તમારી ખૂબ યાદ આવશે.'' દુ:ખી મનથી ટાગોરે કહ્યું.

ટાગોરના જીવનમાં દુ:ખોનો અહીં જ અંત ના થયો. એમણે ૧૯૦૭માં પોતાનો એક પુત્ર ગુમાવી દીધો, જે કોલેરાથી ચાલી ગયો હતો. ટાગોરના જીવનને આ ઘટનાઓએ ખરાબ રીતે પ્રભાવિત કર્યું. તેઓ લાંબા સમય સુધી દુ:ખના સાગરમાં ખોવાયેલા રહ્યાં.

એક દેશભક્ત કવિનો ઉદય

ભારત અંગ્રેજોના આધીન હતું. અંગ્રેજ બંગાળને પૂરી રીતે પોતાના કબ્જામાં કરવામાં સફળ રહ્યાં હતા. અનેક સ્વતંત્રતા સેનાનીઓ તેમજ સમાજસેવીઓને આ પસંદ ન હતું. એમણે મળીને અંગ્રેજી રાજ વિરુદ્ધ લડવાનો નિર્ણય કર્યો.

અંગ્રેજ હિન્દૂ-મુસલમાનમાં મતભેદ પેદા કરવા ઇચ્છતા હતા. બંગાળ વિભાજનના પ્રયત્નો જોરો પર હતા. આ સ્થિતિએ ટાગોરના મનમાં પણ દેશભક્તિની તીવ્ર ભાવના જગાવી દીધી. તેઓ રાષ્ટ્ર માટે કવિતાઓ લખવા લાગ્યા.

ટાગોરે વિચાર્યું, ''મારે રાષ્ટ્ર માટે આ કવિતાઓને પ્રકાશિત કરવી જોઈએ, ભલે પોતાના પૈસા જ કેમ ન લગાવવા પડે.'' આ એક દેશભક્ત કવિનો ઉદય હતો.

ટાગોરે ભારત તેમજ ભારતવાસીઓના નામે ખૂબ જ સુંદર કવિતાઓ લખી.

ટાગોરના કામની પ્રશંસા

ટાગોર રાષ્ટ્ર પ્રત્યે કંઈક કરવા માટે સંકલ્પબદ્ધ હતા. તેઓ પોતાની કૃતિઓને પ્રકાશિત કરવા લાગ્યા. બંગાળી વાચકોમાં એમની રચનાઓ લોકપ્રિય થવા લાગી. એમણે 'નૈવેદ્ય' તેમજ 'ખેયા' પ્રકાશિત કરી. ટાગોર પણ વાચકોથી મળેલી સફળતાથી ખુશ હતા. એમણે અનેક ભાષણ આપ્યા તેમજ ભારતવાસીઓ પ્રત્યે સ્નેહ પ્રગટ કરવા માટે રચનાઓ લખી.

'સ્વદેશી સમાજ', 'બંગદર્શન', 'રોગ અને ઉપચાર' નામની રચનાઓથી એમના ઉત્કટ દેશપ્રેમનો પરિચય મળે છે.

ઈંગ્લેન્ડ યાત્રા

રવીન્દ્રનાથ ટાગોર બાળપણથી જ ફરવાના શોખીન હતા. પિતાજીએ એમને ભારતના કેટલાય સ્થાનોની યાત્રા કરાવી તેમજ ભણવા માટે વિદેશ પણ મોકલ્યા.

'મારે પોતાની સર્જનશીલતાને વધારો આપવા માટે ક્યાંક જવું જોઈએ.' ટાગોરે ૧૯૨૦માં વિદેશ જતા-જતા વિચાર્યું. એમણે પોતાના પુત્રને પણ સાથે ચાલવા માટે કહ્યું.

''પુત્ર! હું ઇચ્છું છું કે તું પણ મારી સાથે ઇંગ્લેન્ડ ચાલે.'' તેઓ બોલ્યા.

''જી પિતાજી! જરૂર.'' આ રીતે પિતા-પુત્ર યાત્રા પર નિકળ્યા. યાત્રા લાંબી તેમજ નીરસ હતી. ટાગોરે થોડું લખવાનું વિચાર્યું.

હવે ટાગોર એ ના સમજી શક્યા કે એમણે શું લખવું જોઈએ. 'જો ભારતની સમૃદ્ધિ સભ્યતા-સંસ્કૃતિ તેમજ મહાનતાને ઇંગ્લેન્ડ તેમજ બીજા દેશોમાં પહોંચાડવામાં આવે તો કેવું રહે?' એમણે ખુદથી કહ્યું.

હવે ટાગોરે નિશ્ચય કર્યો કે તેઓ પોતાની થોડી કવિતાઓનું અંગ્રેજી અનુવાદ કરશે. આ જ ઉદ્દેશ્યથી એમણે 'ગીતાંજલિ' તૈયાર કરી.

ટાગોરના પુત્ર પોતાના પિતાના હાથમાં કાગળ-કલમ જોઈને આશ્ચર્યમાં હતા, ''પ્રિય પિતા! તમે શું કરી રહ્યાં છો?''

''કશું નહીં પુત્ર, પોતાની કવિતાઓનું અંગ્રેજી અનુવાદ કરીને સમય વિતાવી રહ્યો છું.'' તેઓ બોલ્યા.

ટાગોર તેમજ કલાકાર રોથૈનસ્ટીનની મુલાકાત

ભારતમાં ટાગોરને મહાન કલાકાર રોથૈનસ્ટીનથી મુલાકાતની તક મળી હતી. ઇંગ્લેન્ડ પહોંચીને એમણે પણ એમનાથી મળવાનું વિચાર્યું તેમજ પુત્રથી કહ્યું, ''મારે પોતાના મિત્રથી મળવા જવું જોઈએ.''

પુત્રએ પણ ઉત્સાહની સાથે રોથૈનસ્ટીનથી મળવાની ઈચ્છા પ્રગટ કરી તો પિતા-પુત્ર એમનાથી મળવા ચાલી નિકળ્યા.

બંને મિત્ર વધારે લાંબા સમય પછી મળ્યાં હતા. આ ઔપચારિક મુલાકાતમાં લાંબી વાતચીત ચાલી તેમજ કલાકારે કહ્યું, ''મેં સાંભળ્યું છે કે તમે સફરમાં કવિતાઓનું અંગ્રેજી અનુવાદ કર્યું છે, જરા બતાવો તો.''

''અરે નહીં! એ તો એમ જ સમય વિતાવવા માટે કર્યું હતું.'' ટાગોર હિચકિચાઈ રહ્યાં હતા, પરંતુ કલાકાર તો જિદ પર અડ્યાં હતા.

અંતમાં ટાગોરને કવિતાઓ આપવી પડી. કલાકાર મિત્ર તો શબ્દોના જાદુઈ પ્રભાવમાં બંધાયેલા રહી ગયા. તેઓ બોલ્યા, ''આ તો અદ્ભુત છે.''

ટાગોરની સફળતા

રોથૈનસ્ટીન ટાગોરની લેખન કળાથી પ્રભાવિત થયા. એમણે એમના કાર્યને વધારો આપવાનો નિર્ણય કરી લીધો. તેઓ પ્રસિદ્ધ કવિ યીટ્સથી મળ્યાં તેમજ એમને ટાગોરનું કામ બતાવ્યું. એમનાથી કહ્યું, ''મિત્ર! એક કવિ હોવાના સંબંધે તમે ટાગોરના લેખનને ઉત્તમ રીતથી પરખી શકો છો.''

યીટ્સ પણ પ્રભાવિત થઈ ગયા, ''અદ્ભુત! હું તો આ મહાન કવિની રચનાઓ જોઈને ચકિત છું. આ કવિતાઓ તો ખરેખર અદ્ભુત છે.''

યીટ્સે ટાગોરની 'ગીતાંજલિ' માટે એક પ્રભાવી ભૂમિકા લખી. આ ૧૯૧૨માં પ્રકાશિત થઈ. ટાગોર ખૂબ પ્રસન્ન હતા. એમણે ખુદથી કહ્યું, 'આ પ્રકારે લોકોને ભારત વિશે જાણવાની તક મળી રહી છે.'

ઈંગ્લેન્ડવાસી તો ટાગોરના દીવાના થઈ ગયા.

''આ તો જાદૂ છે! આ કવિને તો જાદૂ આવડે છે.'' બહુધા લોકો કહેતા.

ટાગોરના લેખને ઈંગ્લેન્ડમાં હલચલ મચાવી દીધી. લોકો પહેલી વખત કોઈ ભારતિય કવિને આવકારી રહ્યાં હતા. ટાગોર રાતોરાત એક મહાન હસ્તી બની ગયા.

પ્રથમ ભારતીય નોબેલ પુરસ્કાર વિજેતા

ટાગોરના કામને આખા ઈંગ્લેન્ડમાં ઓળખ મળી. તેઓ બોલ્યા, ''આ મારો નહીં, ભારતનો વિજય છે. લોકોએ

EXIT

ભારતની પ્રતિભાને ઓળખી લીધી છે."

બ્રિટિશ સરકારે અંગ્રેજી સાહિત્ય જગત પ્રત્યે ટાગોરના યોગદાનને માન્યતા આપી. ૧૯૧૩માં ટાગોરને પ્રતિષ્ઠિત નોબેલ પુરસ્કારથી સન્માનિત કરવામાં આવ્યા.

નોબલ પુરસ્કાર ફક્ત પશ્ચિમની હસ્તીઓ માટે હતો, પરંતુ ટાગોરના યોગદાનને જોતાં અધિકારીઓએ એમને પણ પસંદ કર્યા.

નોબેલ પુરસ્કાર મેળવતા જ ટાગોર ઇંગ્લેન્ડ તેમજ આખા વિશ્વમાં ચર્ચિત વ્યક્તિત્વ બની ગયા.

ટાગોરને નાઈટહુડની પદવી

આ પુરસ્કાર મેળવ્યા પછી ટાગોરની લેખન સક્રિયતામાં કમી ના આવી. તેઓ હંમેશાંની જેમ ઉત્સુક ભાવથી લખતા રહ્યાં. તેઓ પૂરા સંસારના અલગ-અલગ સ્થાનોમાં પોતાના

વ્યાખ્યાન આપતા. આ વ્યાખ્યાન સંસારની અલગ-અલગ સંસ્કૃતિઓમાં પરસ્પર શાંતિ તેમજ પ્રેમ પર આધારિત હતા.

ટાગોરના વ્યાખ્યાન આંતરરાષ્ટ્રીય એકતા પર કેન્દ્રિત હતા. એમણે એકતા તેમજ માનવતાનો સંદેશ આપ્યો, જેણે એમને એક પ્રસિદ્ધ નામ બનાવી દીધા. વર્ષ ૧૯૧૫માં અંગ્રેજોએ એમને 'સર'ની પદવી આપી. પહેલી વખત કોઈ ભારતીયને નાઈટહુડ આપવામાં આવી રહ્યો હતો. ટાગોરે વિનમ્રતાથી એને સ્વીકાર્યો.

ટાગોરનો પદવી ત્યાગ

ભારતની જનતા પર અંગ્રેજોનું દમન ચક્ર ઝડપથી ચાલી રહ્યું હતું. ૩૦ માર્ચ, ૧૯૧૯ ભારતીય સ્વતંત્રતા સંગ્રામના ઈતિહાસમાં એક કાળો દિવસ હતો.

અમૃતસરના જલિયાંવાલા બાગમાં અંગ્રેજોના દમન ચક્રના વિરુદ્ધ દેશવાસીઓની એક સભા થઈ રહી હતી. આ સભામાં કોઈ પણ પ્રકારના અસ્ત્ર-શસ્ત્ર લાવવાની મનાઈ હતી. હજારો નિહત્થા સ્ત્રી-પુરુષ તેમજ બાળકો બાગમાં આવી પહોંચ્યા હતા.

એકાએક જનરલ ડાયરે પોતાના સિપાઈઓને કર્કશ અવાજમાં બરાડીને આદેશ આપ્યો, ''ફાયર!''

સિપાઈઓની ધનધનતી ગોળીઓએ કોઈને ના છોડ્યાં.

જલિયાંવાલા બાગના ભીષણ નરસંહારની સૂચના ટાગોર સુધી પણ પહોંચી. એમણે વિચાર્યું, 'હે ભગવાન! હું તો વિશ્વાસ નથી કરી શકતો કે અંગ્રેજ આટલા નૃશંસ પણ હોઈ શકે છે. જનરલ ડાયરને ધિક્કાર છે, એણે સ્ત્રીઓ અને બાળકો પર પણ દયા ના બતાવી.''

ટાગોર આ ઘટના પછી અંગ્રેજી રાજની વિરુદ્ધ કંઈક કરવા ઈચ્છતા હતા. અચાનક એમના મગજમાં એક વિચાર આવ્યો.

એમણે નક્કી કર્યું, 'હું અંગ્રેજોની આ પદવી પાછી આપી દઈશ.''

એમણે વાઈસરોય ચૈમ્સફોર્ડના નામે પત્રમાં લખ્યું કે તેઓ સરકાર દ્વારા આપવામાં આવેલી પદવી પાછી આપી રહ્યાં છે.

રાજનીતિથી અરુચિ

રવીન્દ્રનાથના તત્કાલીન સ્વતંત્રતા સેનાનીઓ તેમજ રાજનેતાઓથી મધુર સંબંધ હતા. મહાત્મા ગાંધી એમના વિશેષ મિત્ર હતા, પણ ટાગોરે ક્યારેય રાજનીતિમાં રુચિ ના લીધી. એમનું જીવન કળા તેમજ સાહિત્ય માટે સમર્પિત હતું.

રાષ્ટ્રના પ્રત્યે એમનું પૂરું યોગદાન રહ્યું, પરંતુ એમણે ક્યારેય પણ અંગ્રેજો વિરુદ્ધ ખુલ્લા વિદ્રોહમાં ભાગ ના લીધો અને ના રાજનીતિમાં સામેલ થયા. જો કે તેઓ પોતાના પ્રેરક ભાષણો, નાટકો, નિબંધો, વાર્તાઓ તેમજ કવિતાઓના માધ્યમથી હંમેશાં આંદોલનનો એક ભાગ બની રહ્યાં.

રવીન્દ્રનાથ ટાગોરે ભારતીય સ્વતંત્રતા સેનાનીઓને પ્રેરિત કરવા માટે ઘણું બધું લખ્યું, જેથી અંગ્રેજોને પણ અહેસાસ થઈ શકે કે બધા ભારતીય એક છે.

અંગ્રેજ પણ ટાગોરની રચનાઓમાં છલકાતાં દેશપ્રેમને જોઈ શકતા હતા.

ટાગોરની અદ્‌ભુત રચનાઓ

ટાગોરે 'ગીતાંજલિ' સિવાય પણ અનેક અદ્‌ભુત રચનાઓ આપી. એમણે ૧૯૧૦માં 'ગોરા' નામનો સુંદર ઉપન્યાસ તથા 'રોજા' નામનું નાટક પણ લખ્યાં, જે પછીથી મંચ પર 'તુરુપ રત્ન'ના નામથી ભજવાયું.

૧૯૧૨માં એમની આત્મકથા 'જીવન સ્મૃતિ' પ્રકાશિત થઈ. 'ચૈતાલી', 'માલિની', 'સંસ્મરણ', 'ગીતિમાલ્ય', 'વલ્ક', 'ચતુરંગ', 'પહેલા નંબર', 'મુક્તધારા', 'શિશુ ભોલાનાથ', 'લિપિકા', 'પ્રવાહિની' અને 'રૈથર કથા' વગેરે સાહિત્યિક રચનાઓ પણ ઉલ્લેખનીય છે.

૧૯૨૫માં 'પ્રવાહિની' તેમજ 'પૂર્વી' પ્રકાશિત થઈ. એમણે પોતાની રચનાઓમાં તત્કાલીન જમીનદારી પ્રથા પર પણ પ્રહાર કર્યો. જો કે તેઓ ખુદ એક જમીનદાર પરિવારમાં જન્મ્યાં હતા. એમણે પોતાની એક કૃતિમાં દર્શાવ્યું કે કયા પ્રકારે ધનવાન કહેવાતા જમીનદાર બીજાઓ પર નિર્ભર રહેતા હતા.

'રિતુ રંગશાલા' ૧૯૨૭માં છપાઈ. આ રચનામાં ભાવ પ્રગટ કરવાની એમની કળાને બધાએ આવકારી.

એમણે કેટલીક કવિતાઓ પણ લખી, જેને ૧૯૨૯માં 'મહુઆ' શીર્ષકથી પ્રકાશિત કરવામાં આવી. એ જ વર્ષે 'તાપ્તી' નામનો ઉપન્યાસ પણ છપાયો, જે વાચકોની વચ્ચે ખૂબ ચર્ચિત થયો.

વર્ષ ૧૯૩૧માં 'વન વાણી' છપાઈ. આ પુસ્તકમાં એમણે પર્યાવરણના સુંદર ગીત તેમજ કવિતાઓ લખી હતી. ૧૯૩૩માં 'બુઈ બોન' પ્રકાશિત થઈ. આ જ વર્ષે 'તાશેર દેશ', 'બંસરી', 'ચંડાલિકા' તેમજ 'સાપમોચન' જેવી કેટલીય સાહિત્યિક કૃતિઓ સામે આવી.

'માનુષ ધર્મ'માં એમના પ્રેરક વ્યાખ્યાન એકત્ર કરવામાં આવ્યા. ૧૯૩૫માં એમનો 'ચાર અધ્યાય' છપાયો. ૧૯૩૬માં તેઓ એક અદ્‌ભુત નૃત્ય-નાટિકા 'ચિત્રાંગદા'ની સાથે સામે આવ્યા. 'શ્યામતી', 'પ્રાંતિક', 'સેનજુટી', 'શ્યામા', 'શૈલબેલા', 'રોગશૈયા', 'શાનિયા' વગેરે એમની અન્ય ઉલ્લેખનીય રચનાઓ છે.

૧૯૪૧માં એમની અંતિમ રચના 'સભ્યતાર સંકટ' રહી. આ દ્વિતીય વિશ્વયુદ્ધને કારણે માનવ જાતિ પર આવવાવાળા સંકટોને દર્શાવે છે. ટાગોર પોતાના કાર્ય માટે પૂરી રીતથી સમર્પિત હતા. તેઓ ૧૯૩૯માં પોતાના કથળતાં સ્વાસ્થ્ય છતાં સતત લખતા રહ્યાં.

એમણે અંતિમ શ્વાસ સુધી લેખન કાર્ય જારી રાખ્યું. ૩૦ જુલાઈ, ૧૯૪૧એ એમનું એક મોટું ઑપરેશન થયું, છતાં પણ તેઓ પોતાના કર્મથી ડગ્યા નહીં. એમણે કોઈ પણ રીતે બોલીને બીજાઓથી કવિતા લખાવી. આ એમની અંતિમ કવિતા હતી.

ટાગોર દ્વારા વૈવાહિક ગ્રંથ લેખન

ટાગોરની મોટાભાગની કવિતાઓ, લેખો તેમજ વાર્તાઓથી વિવિધ સામાજિક મુદ્દાઓ પર એમના વિચારની જાણ થાય છે. આ લેખમાં એમણે લગ્નથી જોડાયેલા અલગ-અલગ પાસાઓ પર લખ્યું અને એક આદર્શ ભારતીય લગ્ન વિશે બતાવ્યું.

ટાગોરના અનુસાર, કેટલાય પાસા કોઈ લગ્નને સફળ બનાવવામાં જવાબદાર હોય છે, જેમાં બે વ્યક્તિઓ તેમજ એમના સમાજોની એકરૂપતા તેમજ વિભિન્નતા પણ સામેલ છે. એમણે ગંધર્વ વિવાહ, બ્રહ્મ વિવાહ, કુમાર ગંધર્વ વગેરે અનેક વિવાહ પધ્ધતિઓની પણ જાણકારી આપી. એમના આ વૈવાહિક ગ્રંથને વિશેષ રૂપથી આવકારવામાં આવ્યો.

ટાગોર - એક સમાજસેવક

સાહિત્ય લેખન તેમજ જમીનદારીના કાર્યો સિવાય ટાગોરમાં બીજી પણ કેટલીય વિશેષતાઓ હતી. તેઓ એક મહાન સમાજસેવક હતા. તેઓ સમાજના નિમ્ન વર્ગોની સેવા કરવા ઈચ્છતા હતા.

રવીન્દ્રનાથ ટાગોરે સંગીતની વિશેષ વિધા 'રવીન્દ્ર સંગીત'ની પણ રચના કરી.

ટાગોરે સમાજના ઉત્થાનમાં ભરપૂર યોગદાન આપ્યું. ૨૩ જુલાઈ, ૧૯૪૦એ એમણે મિનર્વા થિયેટરમાં એક પ્રેરણાદાયક ભાષણ આપ્યું. એમણે ગામડાઓ અને

સમાજના અલ્પસુવિધા પ્રાપ્ત ગ્રામીણો પ્રત્યે લોકોનું ધ્યાન ખેંચ્યું.

એમણે અલગ-અલગ ધર્મો તેમજ જાતીઓની વચ્ચે પરસ્પર એકતા સ્થાપિત કરવાનો ભરપૂર પ્રયત્ન કર્યો અને આજીવન નિઃસ્વાર્થ ભાવથી એમની સેવા કરતા રહ્યાં.

ટાગોર - એક ચિત્રકાર

ટાગોર ચિત્રકળામાં પણ સિદ્ધહસ્ત હતા. એમણે આ કળાનું કોઈ ઔપચારિક પ્રશિક્ષણ લીધું ન હતું. જ્યારે તેઓ કવિતાઓ લખીને એનું સંપાદન કરતાં તો જોતા કે તેઓ સીધી રેખા સુધી ખેંચી શકતા ન હતા.

''અરે! હું તો એક સીધી રેખા પણ નથી ખેંચી શકતો.'' તેઓ ખુદથી નારાજ થઈ જતાં.

પછી એક દિવસે વધારે પ્રયત્ન પછી તેઓ એક સીધી રેખા ખેંચવામાં સફળ થયા, 'અરે! હવે હું ચિત્ર બનાવવા

તેમજ રંગ ભરવા વિશે વિચારી શકું છું.' એમણે ખુદથી કહ્યું.

તેઓ રેખાચિત્ર બનાવવા લાગ્યા અને જલ્દી જ એને આકાર પણ આપવા લાગ્યા. એમણે વિચાર્યું, 'મારે કલમ તેમજ સ્યાહીથી અભ્યાસ કરવો જોઈએ.' આંગળીઓ તેમજ કપડાંના ટુકડાઓથી રંગ ભરવામાં આવતા હતા. એનાથી ચિત્રોમાં એક અદ્‌ભુત બદલાવ આવ્યો.

એમના કેટલાક ચિત્ર ભાભી કાદંબરી દેવીને સમર્પિત હતા. એમણે પ્રાચીન સભ્યતાને ધ્યાનમાં રાખીને પણ કેટલાય ચિત્ર બનાવ્યા તેમજ એક કલાકારના રૂપમાં ખૂબ પ્રસિદ્ધિ મેળવી.

ફ્રેંચ કલાકારો સુધી વાત પહોંચી તો કેટલાકે વિનંતી કરી, "ટાગોર! અમે તમારી કલાનો નમૂનો જોવા ઇચ્છીએ છીએ."

ટાગોરે સંકોચાઈને ચિત્ર બતાવ્યા. કલાકાર બોલ્યા, "અરે! આ તો કળાનો અદ્‌ભુત નમૂનો છે."

ટાગોરે પોતાના ચિત્રોની એક કલા પ્રદર્શની લગાવી, જે પૂરા યૂરોપમાં બતાવવામાં આવી.

પ્રસિદ્ધ પશ્ચિમી વ્યક્તિત્વોથી મુલાકાત

ટાગોર ખૂબ જ પ્રતિભાશાળી હતા. તેઓ પશ્ચિમી સભ્યતાની વધારે જાણકારી રાખતા હતા. તેઓ પ્રથમ વિદ્વાન હતા, જેમણે પૂર્વી તેમજ પશ્ચિમી વિચારધારાઓનો મેળ પ્રસ્તુત કર્યો, "હું નસીબવાળો છું કે મને પૂર્વ તેમજ પશ્ચિમ, બંને સભ્યતાઓને જાણવા તથા જોવાની તક મળી. મારે સમાજના કલ્યાણ માટે આ જ્ઞાનનો ઉપયોગ કરવો જોઈએ." એમણે પોતાના સહાયકથી કહ્યું.

ટાગોર આઈન્સ્ટાઇનથી મળ્યાં. એમણે આધુનિક વિજ્ઞાન તેમજ ભૌતિકી પર ચર્ચા કરી.

"મારું તો માનવું છે કે દરેક સિક્કાના બે પાસા હોય છે. દરેક ક્રિયાની એક પ્રતિક્રિયા હોય છે. આપણે આ પ્રતિક્રિયાઓ જોઈ નથી શકતા." આઈન્સ્ટાઇને ટાગોરથી કહ્યું.

ટાગોરે કહ્યું, "મારું માનવું છે કે બધા માનવીય પ્રસંગોમાં એક મુલાયમતા તેમજ સ્વતંત્રતાનો ભાવ હોય છે, જેનાથી વ્યક્તિત્વના ભાવ પ્રગટ થાય છે."

ટાગોર એ.જી. વેલ્સથી મળ્યાં અને એમની સાથે વધારે પ્રેરણાદાયક વાર્તા પણ થઈ. કેટલાય પ્રસિદ્ધ વ્યક્તિ પણ એમના પ્રભાવશાળી વ્યક્તિત્વની તરફ ખેંચાતા ચાલ્યા આવ્યા. તેઓ ટાગોરની પ્રતિભા તેમજ વિવિધ વિષયો પર જાણકારી જોઈને દંગ રહી જતા.

પૂરી દુનિયાની હસ્તીઓનું માનવું હતું, ''આ વ્યક્તિ તો જાણે ઈશ્વરની તરફથી એક વરદાન છે.''

ભારતના લોકો ટાગોરને, વિદેશોમાં ભારતીય જનતાના પ્રતિનિધિ માનતા હતા.

ટાગોર દ્વારા છૂતાછૂતનો વિરોધ

વર્ષ ૧૯૩૪માં બિહારમાં ભયંકર ભૂકંપ આવ્યો. અનેક અસહાય દલિત માર્યા ગયા. ચારે તરફ ત્રાહિમામ્-ત્રાહિમામ્ મચી ગઈ. મહાત્મા ગાંધી બિહારમાં થયેલા આ કાંડથી દ્રવિત ન થયા. એમના મનમાં કોઈ પીડા ન હતી. એમણે પોતાના વક્તવ્યમાં કહ્યું, ''દલિતોને ઈશ્વરે સજા આપી છે. તેઓ આ દૈવીય દંડના અધિકારી હતા.''

ટાગોર એમની વાત સાંભળીને દંગ રહી ગયા. એમને સ્વતંત્રતા સેનાનીના મુખથી આ સાંભળવાની આશા ન હતી.

એમણે વિચાર્યું, "મારે આ વિશે કંઈક કરવું જોઈએ."

એમણે કોઈ રીતે ગાંધીજીની પાસે સંદેશ મોકલાવ્યો કે તેઓ એમના વક્તવ્યથી નિરાશ થયા છે.

જલ્દી જ બંનેની વચ્ચે મુલાકાત થઈ. ટાગોરે ગાંધીથી કહ્યું, "આપણે પોતાના દેશને જાતિ, સંપ્રદાય તેમજ ધર્મની બેડીઓથી આઝાદ કરાવવો જોઈએ."

"ઠીક છે, ટાગોર! વચન આપો કે તમે સમાજથી છુઆછૂત મિટાવવામાં મારી મદદ કરશો." ગાંધીજીએ કહ્યું.

"હા, હું વચન આપું છું."

ટાગોર સમાજમાં વ્યાપ્ત આ કુરીતિની વિરુદ્ધ લેખ તેમજ કવિતાઓ લખવા લાગ્યા. એમણે કેટલાય સારા નાટક લખ્યા તેમજ અછૂતોને મંચ પર પ્રમુખ ભૂમિકાઓ નિભાવવા માટે પ્રેરિત કર્યાં.

તેઓ ઇચ્છતા હતા કે સમસ્ત દેશવાસી જાતિ-પાંતિના બંધન ભુલાવીને એક થઈ જાય.

રાષ્ટ્રવાદનો પ્રચાર

ટાગોરે એકતા, અખંડતા, સમાજ-મૈત્રી, રાજનીતિ તેમજ રાષ્ટ્રવાદના પ્રચાર માટે પૂરી દુનિયામાં ૩૫થી વધારે દેશોની યાત્રા કરી. તેઓ દુનિયાને બતાવવા ઇચ્છતા હતા કે ભારત પૂરા વિશ્વના નાગરિકોથી સ્નેહ રાખે છે.

એમણે ખૂબ બહાદુરીથી સમાજમાં ફેલાયેલી કુરીતિઓ પર ચોટ કરી. એમણે પોતાની એક યાત્રા દરમિયાન નિર્ભીકતાથી અમેરિકા તેમજ જાપાનના રાષ્ટ્રવાદ તેમજ સ્વાયત્તની નિંદા કરી. એમણે 'ભારતીય રાષ્ટ્રવાદ'ના પ્રચાર માટે અનેક નિબંધ પણ લખ્યાં.

પેરુ તેમજ બ્યૂનોસ આયરીઝની યાત્રા

પોતાની એક વિશેષ યાત્રા દરમિયાન ટાગોર પેરુ તેમજ બ્યૂનોસ આયરીઝ પણ ગયા. બંને દેશોની સરકાર એમના

વિચારોથી અત્યંત પ્રભાવિત થઈ અને એમણે ટાગોર માટે કંઈક કરવાનો નિર્ણય લીધો.

એક અધિકારીએ કહ્યું, ''ટાગોર એક શાંતિપૂર્ણ તેમજ સુંદર વિશ્વનું ભવિષ્ય છે.''

તેઓ ટાગોરની શાંતિ નિકેતન સ્કૂલ માટે વિશાળ ધનરાશિ એકત્ર કરવા લાગ્યા.

એમણે ટાગોરને આ ધન આપીને કહ્યું, ''ગુરુદેવ! આ તમારા મહાન સહયોગ માટે અમારી તરફથી તુચ્છ ભેટ છે.''

ટાગોરે એ રાશિનો સ્વીકાર કર્યો, ''હું આ ચંદાથી પોતાની પાઠશાળામાં સુવિધાઓ ઉપલબ્ધ કરાવીશ.''

ટાગોર તેમજ મુસોલિનીની મુલાકાત

૩૦ મે, ૧૯૨૬એ ટાગોર ઈટાલીના નેપલ્સમાં પહોંચ્યા. ત્યાંથી તેઓ રોમમાં મુસોલિનીથી મળ્યાં. બંને ખૂબ જ સ્નેહથી મળ્યાં તેમજ ક્ષેમ-કુશળ પછી ખૂબ વાતો થઈ, પણ આ આત્મીયતા વધારે સમય સુધી ના ટકી રહી શકી.

૨૦ જુલાઈ, ૧૯૨૬એ જ્યારે બીજી મુલાકાત દરમિયાન નિર્ભીક ટાગોરે મુસોલિનીની નિંદા કરી દીધી તો આ સંબંધ ત્યાં જ સમાપ્ત થઈ ગયા.

મુસોલિનીને આ સ્વીકાર ન હતું કે ટાગોર એમના સિદ્ધાંતોની ટીકા કરે. તેઓ ફાસીવાદના સંસ્થાપક તથા ઈતાલવી સરકારના પ્રમુખ હતા. એમણે સત્તા હાથમાં આવવા પર જનતાની સાથે ખરાબ વર્તન કર્યું. દેશને ત્રણ યુદ્ધમાં ધકેલ્યો. ટાગોર શાંતિપ્રિય હતા, આથી એમણે તાનાશાહી પ્રવૃત્તિની ટીકા કરી. એમણે કોઈ ડર વગર મુસોલિનીને એની ભૂલોનો અહેસાસ કરાવી દીધો.

ટાગોરનું કથળતું સ્વાસ્થ્ય

ટાગોર વૃદ્ધ થતાં ગયા. એમની વિદેશ યાત્રાઓ ચાલૂ રહી, જેનાથી એમનું સ્વાસ્થ્ય ખરાબ રહેવા લાગ્યું. કામનો વધારે ભાર સ્વાસ્થ્ય પર ભારે થઈ રહ્યો હતો. ડૉક્ટરોએ એમને લાંબી યાત્રાઓ ન કરવાની સલાહ આપી. એમને દાર્જિલિંગમાં કલિમ્પોંગ ખુબ જ પસંદ હતું. ડૉક્ટરોએ ના

કહી હોવા છતાં પણ તેઓ ત્યાં ચાલ્યા ગયા, પરંતુ ત્યાં એમનું સ્વાસ્થ્ય વધારે ખરાબ થઈ ગયું.

એમને જલ્દી જ કલકત્તા લાવવામાં આવ્યા. સ્વાસ્થ્ય સારું થતાં જ તેઓ ફરીથી કવિતાઓ લખવા લાગ્યા. કહે છે કે એમણે પોતાના અંતિમ સમયમાં જે ત્રણ કવિતાઓ લખી, તે સર્વશ્રેષ્ઠ હતી.

ટાગોરના કામની ધગશે સ્વાસ્થ્યને સારું ના રહેવા દીધું. એમના કથળી રહેલાં સ્વાસ્થ્યની ખબર આખા વિશ્વમાં જંગલની આગની માફક ફેલાઈ ગઈ. ગાંધીજીએ એને રોગમુક્ત થવા માટે પોતાની શુભકામનાઓ મોકલી.

વર્ષ ૧૯૪૧માં એમનું સ્વાસ્થ્ય વધારે ખરાબ થઈ ગયું. તેઓ પથારી પર હતા, પણ લેખન હજું પણ રોકાયું ન હતું. તેઓ પોતાના વિચાર બોલતા તેમજ એક સહાયક એને લખતો. બીમારી વધી જવાને કારણે ૨૫ જુલાઈ, ૧૯૪૧એ એમને હૉસ્પિટલમાં ભરતી કરવામાં આવ્યા.

ટાગોરનો સ્વર્ગવાસ

હૉસ્પિટલમાં પણ ટાગોરની તબિયત સારી થતી ન હતી. ૩૧ જુલાઈએ એમનું ઑપરેશન થયું, પણ એમના સ્વાસ્થ્યમાં

કોઈ લાભ ના મળ્યો. એમની સ્થિતિમાં કોઈ સુધારો ના આવ્યો.

ટાગોરને બધા વિશેષ ઉપચાર આપવામાં આવ્યા, પણ એમના સ્વાસ્થ્યમાં કોઈ સુધારો ના થયો. ૭ ઓગસ્ટ, ૧૯૪૧એ તેઓ સ્વર્ગ સિધારી ગયા.

આખો રાષ્ટ્ર શોકના સાગરમાં ડૂબી ગયો. લોકો આવા મહાન વ્યક્તિત્વના વિયોગનું દુઃખ સહન કરી શકતા ન હતા. એમના નિવાસ પર પ્રશંસકોની ભીડ લાગી હતી. ભારતના અલગ-અલગ હિસ્સાઓમાં એમના માટે પ્રાર્થનાઓ કરવામાં આવી. કલકત્તાના નીમતલા સ્મશાન ઘાટમાં એમના અંતિમ સંસ્કાર કરવામાં આવ્યા.

આજે પણ દેશના કેટલાય હિસ્સાઓમાં ટાગોરની પુણ્યતિથિ મનાવવામાં આવે છે. ટાગોરે જ દેશને રાષ્ટ્રીય ગીત આપ્યું. ગુરુદેવ રવીન્દ્રનાથ ટાગોરનો પ્રેમ, શાંતિ અને સહૃદયતા માટે ભારતમાં જ નહીં, પૂરા વિશ્વમાં સાદર સ્મરણ કરવામાં આવશે.

■■

GUJARATI BOOKS